For Bo & To.
-- L.A.D.

Quyển sách này của:
This book belongs to:

....
....
....

CHOO-CHO

XE LỬA! XE LỬA
TRAIN! TRAIN!

CHOO-CHOO

**Xe lửa ơi!
Chờ ta với
Ngày đẹp trời
Mình đi chơi.**

Choo Choo train!
Wait for me!
It's a beautiful day!
Let's go play!

**Lên xe lửa
Nhìn qua cửa
Thấy đám mây
Trên hàng cây!**

Let's hop on-
Look up there!
Clouds to see
in the canopy!

□1332

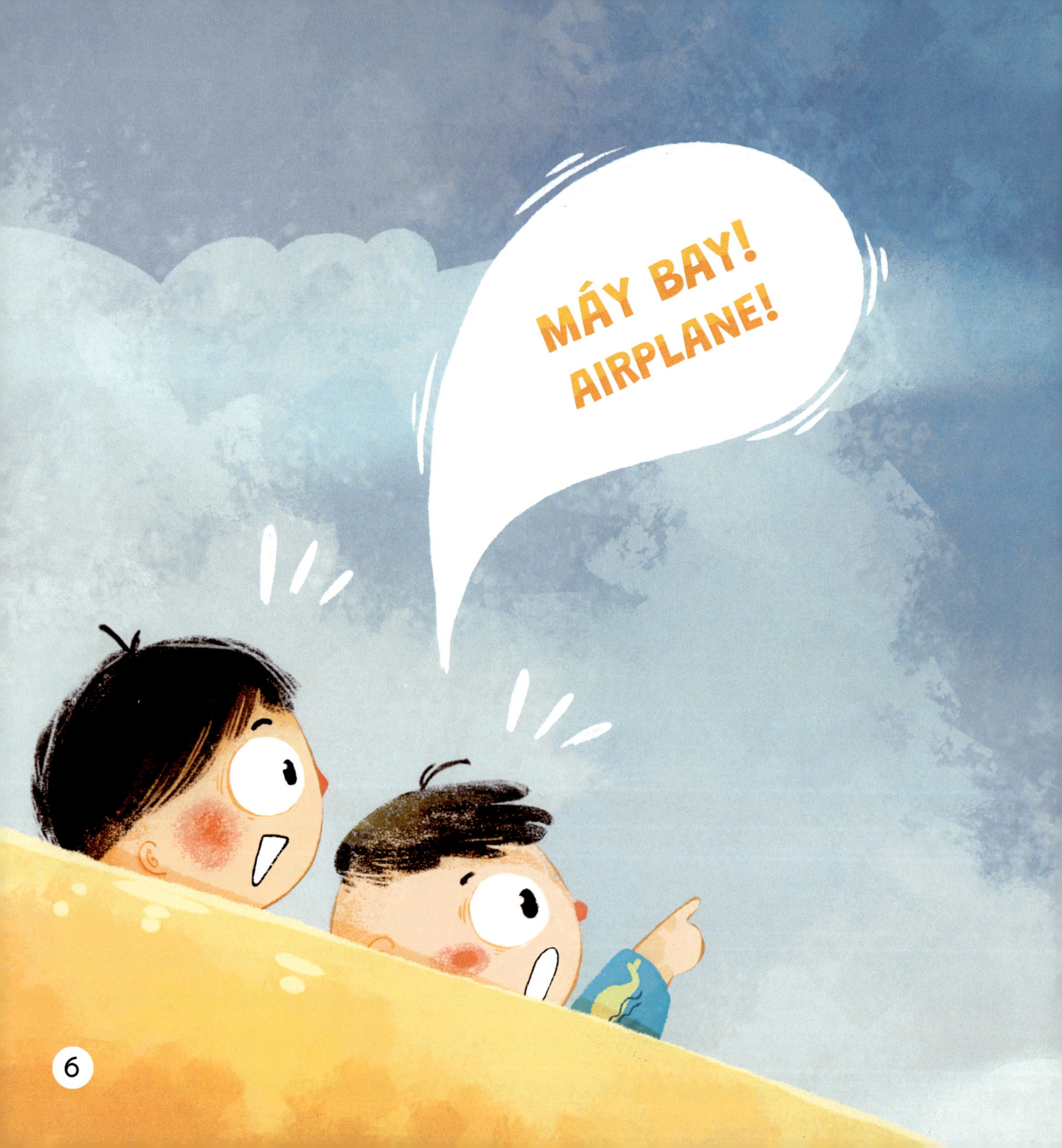
MÁY BAY!
AIRPLANE!

**Nhìn lên trời
Có máy bay
Em vẫy tay
Chào máy bay
Bay bay bay!**

Look up there
in the air!
It's a plane!
Let's all wave
Hello, plane!
Fly fly fly!

**Xe dừng lại
Ở nông trại
Gần tiệm kem
Xuống xe xem!**

The train stops
at a farm
next to the ice cream shop
Off we hop!

9

10

**Ôi cà-rem
Ăn xong rồi
Mặt lọ lem!**

Yum ice cream!
Ate it up
Now there's ice cream
on my face!

12

VỊNH HẠ LONG
HA LONG BAY

ĐÈO HẢI VÂN
HAI VAN PASS

Tin tin tin
Lên xe lửa
Xe lửa chạy
Đi qua đèo
chạy vèo vèo
Thật là hay!

Choo choo choo
Let's hop on!
The train goes
through the pass
Oh so fast!
Wah-hoo!

**Xe dừng lại
Leo xuống nào
Rồi leo lên
Xe điện cáp
Mang trên mình
Mấy con giáp.**

The trains stops
Off we hop!
Then on we jump
the cable cars
with the zodiac stars.

CON MÈO
(CAT)

(CON HỔ)
TIGER

**Tin tin tin
Lên xe lửa
Xe lửa chạy
ôi xem kìa!
Xe cứu hỏa
Đi chữa cháy
Cho nhà ấy!**

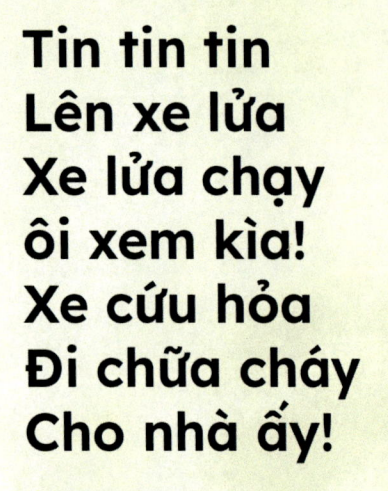

Choo choo choo
Let's hop on!
The train goes
Look out there!
It's a fire truck
fighting flames
at that house!

17

**Tin tin tin
Ôi xem kìa
Xe cứu thương
Đang trên đường
Cứu cậu bé
Té ở trường.**

Chugg choo-choo
Look out there!
A kid fell at the school.
Ambulance is on its way to the rescue!

MẪU GIÁO
KINDERGARTEN

**Xe lửa ơi
Chậm lại thôi
Để bé xem
Xe máy cày
Đang làm ruộng.**

Choo-choo train
Slow down, please!
Let me see
The tractor work on rice paddies.

21

TÈO CHUẨN BỊ XONG CHƯA?
ARE YOU READY?

DẠ RỒI!
YES READY!

**Tin tin tin
Sắp đến ga
Mọi người ơi
Chuẩn bị ra!**

Choo choo choo
Our stop is near
Let's all get ready
to hop off here!

23

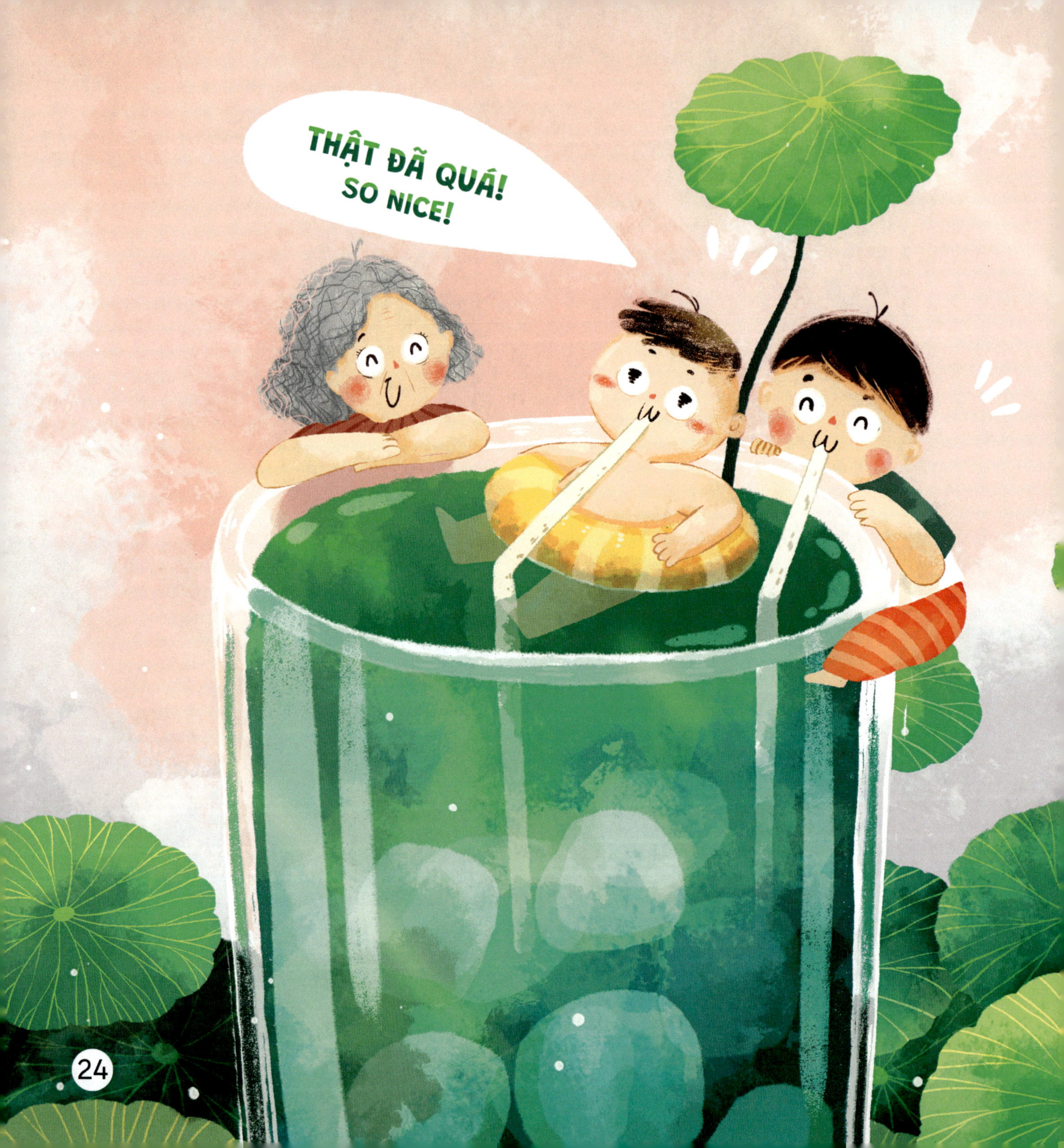
THẬT ĐÃ QUÁ!
SO NICE!

**Về đến nhà
Uống rau má
Thật đã quá!
Ngày đẹp trời
Được đi chơi
Một ngày lễ
Thật là vui!**

Home at last
Enjoyed some juice
Ah so tasty!
It was a beautiful day.
We got to go play.
What a fun holiday!

Copyright © 2022 by L.A. Dinh

All rights reserved. No part of this publication may be used or reproduced by any means reproduced, distributed, or transmitted in any form or by any means without written permission of the author except in the case of brief quotations in reviews or articles. For information, write to botoandbooks@gmail.com.

Made in the USA
Las Vegas, NV
01 April 2025